For Geraldine, Joe, Naomi,
Eddie, Laura and Isaac
M.R.

For Amelia
H.O.

Published by arrangement with
Walker Books Ltd, London
Dual language edition first published 2000
By Mantra
This edition published 2007
Global House, 303 Ballards Lane, London N12 8NP
http://www.mantralingua.com

Printed in Italy

અમે રીંછનો શિકાર કરવા જઈએ છીએ

We're Going on a Bear Hunt

Retold by

Michael Rosen

Illustrated by

Helen Oxenbury

mantra

અમે રીંછનો શિકાર કરવા જઈએ છીએ.
અમે મોટું રીંછ પકડવાનાં છીએ.
કેટલો સુંદર દિવસ છે!
અમે ડરતાં નથી.

We're going on a bear hunt.
We're going to catch a big one.
What a beautiful day!
We're not scared.

અરે, બાપ રે! ઘાસ!
લાંબું હવામાં લહેરાતું ઘાસ.
અમે એની ઉપરથી ન જઈ શકીએ.
અમે એની નીચેથી ન જઈ શકીએ.

Uh-uh! Grass!
Long wavy grass.
We can't go over it.
We can't go under it.

હાય રે!
અમારે તો એની વચ્ચેથી જ જવું પડશે!

Oh no!
We've got to go through it!

સ્વિશી સ્વોશી!
સ્વિશી સ્વોશી!
સ્વિશી સ્વોશી!

Swishy swashy!
Swishy swashy!
Swishy swashy!

અમે રીંછનો શિકાર કરવા જઈએ છીએ.
અમે મોટું રીંછ પકડવાનાં છીએ.
કેટલો સુંદર દિવસ છે!
અમે ડરતાં નથી.

We're going on a bear hunt.
We're going to catch a big one.
What a beautiful day!
We're not scared.

અરે, બાપ રે! નદી!
ઊંડી ઠંડી નદી.
અમે એની ઉપરથી ન જઈ શકીએ.
અમે એની નીચેથી ન જઈ શકીએ.

Uh-uh! A river!
A deep cold river.
We can't go over it.
We can't go under it.

હાય રે!
અમારે તો એની વચ્ચેથી જ જવું પડશે!

Oh no!
We've got to go through it!

સ્પલેશ સ્પલોશ!
સ્પલેશ સ્પલોશ!
સ્પલેશ સ્પલોશ!

Splash splosh!
Splash splosh!
Splash splosh!

અમે રીંછનો શિકાર કરવા જઈએ છીએ.
અમે મોટું રીંછ પકડવાનાં છીએ.
કેટલો સુંદર દિવસ છે!
અમે ડરતાં નથી.

We're going on a bear hunt.
We're going to catch a big one.
What a beautiful day!
We're not scared.

અરે, બાપ રે! કાદવ!
ઘાટો ચીકણો કાદવ.
અમે એની ઉપરથી ન જઈ શકીએ.
અમે એની નીચેથી ન જઈ શકીએ.

Uh-uh! Mud!
Thick oozy mud.
We can't go over it.
We can't go under it.

હાય રે!
અમારે તો એની વચ્ચેથી જ જવું પડશે!

Oh no!
We've got to go through it!

સ્કવેલ્ચ સ્ક્વર્ચ!
સ્કવેલ્ચ સ્ક્વર્ચ!
સ્કવેલ્ચ સ્ક્વર્ચ!

Squelch squerch!
Squelch squerch!
Squelch squerch!

અમે રીંછનો શિકાર કરવા જઈએ છીએ.
અમે મોટું રીંછ પકડવાનાં છીએ.
કેટલો સુંદર દિવસ છે!
અમે ડરતાં નથી.

We're going on a bear hunt.
We're going to catch a big one.
What a beautiful day!
We're not scared.

અરે, બાપ રે! જંગલ!
મોટું ગાઢ જંગલ.
અમે એની ઉપરથી ન જઈ શકીએ.
અમે એની નીચેથી ન જઈ શકીએ.

Uh-uh! A forest!
A big dark forest.
We can't go over it.
We can't go under it.

હાય રે!
અમારે તો એની વચ્ચેથી જ જવું પડશે!

Oh no!
We've got to go through it!

સ્ટમ્બલ ટ્રીપ!
સ્ટમ્બલ ટ્રીપ!
સ્ટમ્બલ ટ્રીપ!

Stumble trip!
Stumble trip!
Stumble trip!

અમે રીંછનો શિકાર કરવા જઈએ છીએ.
અમે મોટું રીંછ પકડવાનાં છીએ.
કેટલો સુંદર દિવસ છે!
અમે ડરતાં નથી.

We're going on a bear hunt.
We're going to catch a big one.
What a beautiful day!
We're not scared.

અરે, બાપ રે! બરફનું તુફાન!
સુસવાટા કરતું, ભમરીઓ લેતું બરફનું તુફાન.
અમે એની ઉપરથી ન જઈ શકીએ.
અમે એની નીચેથી ન જઈ શકીએ.

Uh-uh! A snowstorm!
A swirling whirling snowstorm.
We can't go over it.
We can't go under it.

હાય રે!
અમારે તો એની વચ્ચેથી જ જવું પડશે!

Oh no!
We've got to go through it!

હુઉઉઉ શુશુશુ!
હુઉઉઉ શુશુશુ!
હુઉઉઉ શુશુશુ!

Hoooo woooo!
Hoooo woooo!
Hoooo woooo!

અમે રીંછનો શિકાર કરવા જઈએ છીએ.
અમે મોટું રીંછ પકડવાનાં છીએ.
કેટલો સુંદર દિવસ છે!
અમે ડરતાં નથી.

We're going on a bear hunt.
We're going to catch a big one.
What a beautiful day!
We're not scared.

અરે, બાપ રે! ગુફા!
સાંકડી અંધારી ગુફા.
અમે એની ઉપરથી ન જઈ શકીએ.
અમે એની નીચેથી ન જઈ શકીએ.

Uh-uh! A cave!
A narrow gloomy cave.
We can't go over it.
We can't go under it.

હાય રે!
અમારે તો એની વચ્ચેથી જ જવું પડશે!

Oh no!
We've got to go through it!

છાનાંમાનાં છાનાંમાનાં!
છાનાંમાનાં છાનાંમાનાં!
અરે આ શું છે?

Tiptoe!
Tiptoe! Tiptoe!
WHAT'S THAT?

ભીનુંભીનું ચળકતું નાક!

બે રુંવાટીવાળા કાન!

બે મોટી ટગરટગર આંખો!

એ તો રીંછ છે!!!!

One shiny wet nose!

Two big furry ears!

Two big goggly eyes!

IT'S A BEAR!!!!

જલદી! પાછાં ભાગો ગુફા વચ્ચેથી! છાનાંમાનાં! છાનાંમાનાં! છાનાંમાનાં!

Quick! Back through the cave! Tiptoe! Tiptoe! Tiptoe!

પાછાં ભાગો બરફના તુફાન વચ્ચેથી! હુઉઉઉ શુશુશુ! હુઉઉ શુશુશુ!

Back through the snowstorm! Hoooo wooooo! Hoooo wooooo!

પાછાં ભાગો જંગલ વચ્ચેથી! સ્ટમ્બલ ટ્રીપ! સ્ટમ્બલ ટ્રીપ! સ્ટમ્બલ ટ્રીપ!

Back through the forest! Stumble trip! Stumble trip! Stumble trip!

પાછાં ભાગો કાદવ વચ્ચેથી! સ્કવેલ્ચ સ્કવર્ચ! સ્કવેલ્ચ સ્કવર્ચ!

Back through the mud! Squelch squerch! Squelch squerch!

પાછાં ભાગો નદી વચ્ચેથી! સ્પલેશ સ્પલોશ! સ્પલેશ સ્પલોશ! સ્પલેશ સ્પલોશ!

Back through the river! Splash splosh! Splash splosh! Splash splosh!

પાછાં ભાગો ઘાસ વચ્ચેથી! સ્વીશી સ્વોશી! સ્વીશી સ્વોશી!

Back through the grass! Swishy swashy! Swishy swashy!

અમારા આગલા દરવાજા સુધી પહોંચી જાવ.
દરવાજો ખોલો. દાદર ચડો.

Get to our front door.
Open the door. Up the stairs.

હાય રે! આગલો દરવાજો બંધ કરવાનું તો ભૂલી ગયાં.
પાછાં નીચે ઉતરો.

Oh no! We forgot to shut the front door.
Back downstairs.

બારણું બંધ કરો. પાછાં ઉપર જાવ.
બેડરૂમની અંદર.

Shut the door. Back upstairs.
Into the bedroom.

ખાટલામાં.
રજાઈ નીચે.

Into bed.
Under the covers.

અમે ફરી કદી રીંછનો શિકાર કરવા જવાનાં નથી.

We're not going on a bear hunt again.